കറിവേപ്പിലക്കവിതകൾ....

Nadakkavu, Kozhikode, Kerala
Tel:0495–4020666
www. insightpublica. com
e-mail: insightpublica@gmail. com
Kariveppila Kavithakal...
Author:VithuraV Asok
(Malayalam)
First Edition: January 2025

ISBN - 978-93-5517-764-3
Printed and Published by
Insightinpublica Printers & Publishers Ltd.
₹ 100/-
All Rights reserved. No Part of this Publication may be reproduced, stored in a retrieval system, or transmitted, in any form, or by any means, electronic, mechanical, photocopying, recording or otherwise, without the prior permission of the publisher

കറിവേപ്പിലക്കവിതകൾ....

വിതുര. വി. അശോക്

INSIGHT PUBLICA

കടുക് വറുക്കൽ.......

"കടുക് വറുക്കുക " എന്നതിന്റെ അർത്ഥം അറിയാത്ത മലയാളികളുണ്ടെന്ന തോന്നുന്നില്ല. കടുക് വറുക്കാത്ത ഒരു വീടെങ്കിലും മലയാളനാട്ടിൽ ഉണ്ടാകുമെന്നും തോന്നുന്നില്ല. കടുക് പൊട്ടിത്തെറിക്കുമ്പോൾ കറിവേപ്പില മസ്റ്റാ.....

കറിവേപ്പിലയുടെ ശാസ്ത്രീയ നാമം മുറയാ കൊയിനിഗി (Murraya Koenigii) (കവിതയുടെ ശാസ്ത്രീയ നാമം അറിയില്ല) .

കറിവേപ്പിലയിൽ ആന്റി ഓക്സിഡന്റുകളും, വിറ്റാമിനുകളും അടങ്ങിയിട്ടുണ്ട്. ഹൃദയാരോഗ്യത്തിനും അൽഷിമേഴ്സ് രോഗം പോലുള്ള ന്യൂറോ ഡിജനറേറ്റീവ് അവസ്ഥകളിൽ നിന്ന സംരക്ഷിക്കാനും മസ്തിഷ്ക കോശങ്ങളുടെ നാശം തടയുന്നതിനും ദഹനം മെച്ചപ്പെടുത്തുന്നതിനും പ്രമേഹം നിയന്ത്രിക്കുന്നതിനും ഹൃദയാരോഗ്യം പ്രോത്സാഹിപ്പിക്കുന്നതിനും രോമകൂപങ്ങളെ ശക്തിപ്പെടുത്തുന്നതിനും കണ്ണിന്റേയും കരളിന്റേയും ചർമ്മത്തിന്റേയും ഘടന മെച്ചപ്പെടുത്താനും സഹായിക്കുന്ന ഘടകങ്ങൾ ഉള്ളതാണ് കറിവേപ്പില എന്നതാണ് പൊതു ബോധവും ഗൂഗിൾ അവബോധവും. (കവിതയ്ക്ക് ഈ വക ഗുണങ്ങൾ ഉണ്ടോയെന്നറിയല്ല).

ഇത്രയേറെ ഗുണഗണങ്ങളുള്ള സാധനമാണ് നമ്മൾ " ആവശ്യം കഴിഞ്ഞ് , കറിവേപ്പില പോലെ " വലിച്ചെറിയുന്നത്.

ഈ പുസ്തകത്തിലുള്ളത് കവിതകൾ ആണെന്ന് അഭിപ്രായമില്ല..... വായിച്ചശേഷം വലിച്ചെറിയേണ്ട കുറച്ചു കറിവേപ്പിലകൾ,

ഇനി യുക്തം പോലെ,

മറ്റൊരാളുടെ സമയം പാഴാക്കി കറിവേപ്പിലയ്ക്ക് അവതാരികയെന്തിനാ.....

- വിദുര. വി. അശോക്

തിരുവനന്തപുരം ജില്ലയിലെ വിതുര-യിൽ 25-03-1966-ന് ജനനം. വലിയവേങ്കാട് ഗവൺമെന്റ്. യു. പി. സ്കൂൾ, വിതുര ഗവൺമെന്റ് ഹൈസ്കൂൾ, പെരിങ്ങമ്മല ഇക്ബാൽ കോളേജ്, കേരള യൂണിവേഴ്സിറ്റി ഇൻസ്റ്റിറ്റ്യൂട്ട് ഓഫ് ഇംഗ്ലീഷ് (MA- English) കേരള യൂണിവേഴ്സിറ്റി ഇൻസ്റ്റിറ്റ്യൂട്ട് ഓഫ് ഡിസ്റ്റൻസ് എഡ്യൂക്കേഷൻ (MA-Public Administration), തിരുവനന്തപുരം മാർ തിയോഫിലസ് ട്രെയിനിങ് കോളേജ് (B.Ed-English) എന്നിവിടങ്ങളിൽ വിദ്യാഭ്യായാസം

1991- മുതൽ 2022 വരെ കേരള വിജിലൻസ് & ആന്റി കറപ്ഷൻ ബ്യൂറോ-യിൽ സേവനമനുഷ്ഠിച്ചു. 2022 മാർച്ച് 31-ന് അഡ്മിനിസ്ട്രേറ്റീവ് ഓഫീസർ തസ്തികയിൽ വിരമിച്ചു.

കൃതികൾ:- MY JOURNEY WITH UNBORN POEMS (40 ഇംഗ്ലീഷ് കവിതകളുടെ സമാഹാരം). INSIGHT PUBLICA, KOZHIKKODE.

2022 മാർച്ചിൽ സർവീസിൽ നിന്നും വിരമിച്ച ശേഷം തിരുവനന്തപുരം ജില്ലയിലെ സർക്കാർ സ്കൂളുകളിലെ വിദ്യാർത്ഥികളിൽ ഇംഗ്ലീഷ് ഭാഷാ പ്രാവീണ്യം വർദ്ധിപ്പിക്കുന്നതു ലക്ഷ്യമിട്ടുള്ള പ്രവർത്തനങ്ങളിൽ സജീവം. വിതുര , കാഞ്ഞിരംകുളം, അവനഞ്ചേരി ഹൈസ്കൂളിലെ വിദ്യാർത്ഥികളുടെ ഇംഗ്ലീഷ് കവിതാ സമാഹാരങ്ങൾ പ്രകാശനം ചെയ്യുന്നതിൽ സജീവ പങ്കാളിത്തം വഹിച്ചു.

വിതുര ഗവൺമെന്റ് ഹൈസ്കൂളിലെ വിദ്യാർത്ഥികളിൽ വായന പ്രോത്സാഹിപ്പിക്കുന്നതു ലക്ഷ്യമിട്ടുള്ള " അക്ഷര ദീപ്തി-2023 " പ്രതിമാസ പരിപാടിയുടെ (2023 ആഗസ്റ്റ് മുതൽ) സംഘാടകൻ.

വിലാസം:-

സ്നേഹതീർത്ഥം,

വാഴോട്ടുകോണം,

വട്ടിയൂർക്കാവ്, തിരുവനന്തപുരം-13.

Mob. No. 9496408698. 7025681171

(LET'S SPEAK SPOKEN ENGLISH HUB,

VATTIYOORKAVU, TRIVANDRUM)

വിതുര. വി.അശോക്

താൾ വഴി... അതായത്..ഉള്ള അടക്കം..

......എലിയും പൂച്ചയും.....

ചൈനയുടെ ചരിത്രം പഠിക്കവേ,
കണ്ണിലുടക്കിയെൻ കരളിലും,
ഡെംഗ് സിയാവോ പിങ്ങിന്റെ വാക്കുകൾ !
"പൂച്ച കറുത്തതാകിലും വെളുത്തതാകിലും
എലിയെ പിടിക്കുകെന്നതല്ലീ കാമ്യം ?
വെറുതേ തർക്കമെന്തിന്നു കൂട്ടരേ ? "
കണ്ണിലുടക്കി,യെൻ കരളിലും
പിങ്ങിന്റെ വാക്കുകൾ, കോരിത്തരിച്ചുപോയ് !

എലികൾ കലപിലം നിറഞ്ഞോട്ടുമെൻ കൂര,
കരണ്ടു, കരണ്ടു തുലച്ചിതെൻ പുടവകൾ, പുസ്തകങ്ങളും,
തുരന്നു, തുളച്ചു തകർത്തവരെന്റെ സ്വപ്നങ്ങൾതൻ വർണ്ണ ചുമരുകൾ..

ഗതികെട്ടു ഞാനുമൊപ്പിച്ചു രണ്ടെണ്ണം,
ഒന്നു വെളുത്തതും മറ്റേതു കറുത്തതും.
തർക്കമേതുമേ വേണ്ടാ, പിടിക്കട്ടെലികളെ.
ഓമനത്തം തുളുമ്പും രണ്ടു മാർജ്ജാരക്കുട്ടികൾ..

വെള്ളിത്താലമൊന്നിൽ മധുരമാം പാലും,
മറ്റേതിൽ ഉണക്കമീനുരുളയായ് ചോറും,
ആവോളം നുകർന്നു വളർന്നവറ്റകൾ,
കാലിലുരുമ്മിയും, കൈയിൽ മുത്തിയും,
മാർജ്ജാര രാജകുമാരകർ, ഓമനകൾ.
ഓർത്തുപോയ് ഞാനും പിങ്ങിന്റെ വാക്കുകൾ,

കോരിത്തരിച്ചുപോയ്, ഞാനുമെൻ കിനാക്കളും.

എലികളൊട്ടുങ്ങിയില്ലെങ്കിലുമൊരു നീലരാവിൽ,
സ്വസ്ഥശാന്തമായെൻ കൊച്ചുകുരയിൽ,
മകരമഞ്ഞിൻ കുളിരും പുതച്ചു ഞാനുറങ്ങവെ,
കുളിർ നിലാവല പകരും സുഖ-സുഷുപ്തിയിൽ..
മധുരക്കിനാവിലൊരു മാദകസ്വപ്നമായെൻ
പ്രണയേശ്വരിയവൾ, തീവ്രചുംബനത്താലെന്നെ പുണരവേ,
ഉറങ്ങാതെയുണർന്നുപോയെന്റെ ലോല വികാരമേററം..

എലിയും ലിംഗവും തിരിയാതവനൊരു
മാർജ്ജാര കുമാരകൻ, ഘോരവ്യാഘ്രം പോൽ
ശീഘ്രം ചാടി വീണീതെൻമേൽ ഞാനറിയാതെ,
"ഹെന്റ.. മ്മോ !
ആ പൂച്ച കറുത്തതോ ? വെളുത്തതോ ?
ഓർത്തുപോയ് ഞാനാ "പിങ്ങ്"-ന്റെ വാക്കുകൾ !

പൂച്ച വെളുത്തതാകിലും കറുത്തതാകിലും
എലിയെ പിടിക്കുക മാത്രമല്ലഭികാമ്യം !
"എലിയും ....@....യും തിരിച്ചറിയേണം".
പിങ്ങ്- നെന്തുമാകാം, കിനാക്കളില്ലല്ലോ മനസ്സിൽ !
എൻ വിധി, മാം വിധി, ഇനിയെന്ത് ചെയ്വൂ ഞാൻ...?
അവനി വാഴ് വ് കിനാവു കഷ്ടം !

കവിയുടെ കല്പ്പടവുകൾ :-
1. ഈ കവിതയിൽ കവി ഉദ്ദേശിച്ചത് രാഷ്ട്രീയമല്ല.
2. ഈ കവിതയിലെ എലി അസമത്വമോ,അഴിമതിയോ
മുതലാളിത്തമോ ആണെന്ന് ആസ്വാദകന് തോന്നിയാൽ
കവി ഉത്തരവാദിയല്ല..

... ധർമ്മ ക്ഷേത്രേ... കുരുക്ഷേത്രേ.....

(ഗദ്യകവിത)

അന്ന് ഞാനൊരു കുട്ടി, അതെ വെറും കുട്ടി,
പത്താം തരം, പത്തു മേനി വിളയും പാഠം,
മഴ മുറ്റത്തും മലയാളം പാഠങ്ങൾ ഉള്ളിലും.
എഴുത്തച്ഛന്റെ യുദ്ധ വർണ്ണന,
രാമ രാവണ യുദ്ധം, അതു പോലൊരു യുദ്ധം,
ഇതേവരെ ആരും കണ്ടിട്ടില്ലത്രേ.
"മേഘങ്ങൾ മാരി ചൊരിയുന്ന പോലെ
തൂകിത്തുടങ്ങീ ശരങ്ങളതു നേരം ",

അർജ്ജുനൻ, കർണ്ണൻ, ഭീഷ്മർ, ദ്രോണരും,
പതിനെട്ടക്ഷൗഹിണികൾ എന്റെ നെഞ്ചിൽ
മെനഞ്ഞത് രോമാഞ്ചം.
അന്ധനെങ്കിലും സ്വന്തം മക്കളുടെ കോഴിപ്പോര്
സഞ്ജയന്റെ കണ്ണിലൂടെ കണ്ട് നിർവൃതിയടയുന്ന പിതാമഹൻ,
തമ്മിലടിച്ച് കുലമൊടുക്കാൻ മക്കളെ ത്രസിപ്പിക്കുന്ന
തന്ത, തള്ളയും.

"ചരിത്രം " പാഠങ്ങളായി പകർന്ന് സാമൂഹ്യശാസ്ത്രം മാഷും,
"ഒന്നാം ലോകമഹായുദ്ധം , രണ്ടാം ലോകമഹായുദ്ധം,
ലോകയുദ്ധങ്ങൾ ഭൂലോക നേട്ടങ്ങളുണ്ടാക്കി " പോൽ,
കൊളോണിയലിസം തകർന്നടിഞ്ഞതും,
പുത്തൻ തൊഴിലുകൾ തഴച്ചതും,

ലോകയുദ്ധങ്ങൾ കൊണ്ടാണു പോൽ.
പക്ഷേ ആഗസ്റ്റ് ആറിനും, ആഗസ്റ്റ് ഒൻപതിനും
മാഷ് മയങ്ങിപ്പോയി, ക്ലാസിൽ ഞാനുറങ്ങിയും പോയി.
എഴുത്തച്ഛന്റെ യുദ്ധ വർണ്ണനകളും,
രണ്ടാം ലോക മഹായുദ്ധത്തിന്റെ നേട്ടങ്ങളും
എനിക്കു തന്നത് പരീക്ഷയിൽ ഡിസ്റ്റിംഗ്ഷൻ,
ജീവിതത്തിൽ ഗോൾഡ് മെഡലും.

ഞാനിന്ന് കുട്ടിയല്ല, രാജാവാണ്, ചക്രവർത്തിയാണ്,
പ്രസിഡന്റാണ്, പ്രധാനമന്ത്രിയാണ്,
നിന്റെ വാഗ്ദത്ത ഭൂമി, ഞാൻ കണ്ണെറിഞ്ഞ ഭൂമി,
എനിക്കു ജയിക്കാൻ യുദ്ധങ്ങൾ വേണം,
എനിക്കു ഭരിക്കാനും യുദ്ധങ്ങൾ വേണം,
പടക്കോപ്പുകൾ, എനിക്ക് വെറും കളിക്കോപ്പുകൾ,
എനിക്കുറങ്ങാൻ യുദ്ധം തുടങ്ങണം,
എനിക്കുണരാൻ യുദ്ധങ്ങൾ പുലരണം.
അല്ലെങ്കിൽത്തന്നെ, ഈ യുദ്ധത്തിൽ എന്താണ് തെറ്റ് ?

ഞാൻ വേദവ്യാസനെ തോല്പിച്ചിരിക്കുന്നു,
മഹാഭാരതവും കുരുക്ഷേത്രവും കാലഹരണപ്പെട്ട
ലോകറെക്കോർഡുകൾ.
എന്റെ യുദ്ധങ്ങൾ വർണ്ണിക്കാനുള്ള മൂർച്ച
ഏതു എഴുത്തച്ഛന്റെ നാരായത്തിനാണുള്ളത് ??
അഭിമന്യുവിന് പത്മവ്യൂഹമല്ല, ആണവവ്യൂഹം,
എന്റെ യാഗാശ്വത്തിനെ തടുത്ത് എന്നോടു യാചിക്കാൻ
കൈക്കുഞ്ഞുമായി ദുശ്ശള വരില്ല, ഒരു ഉത്തരയും വരില്ല,
ദുശ്ശളയുടെ നെഞ്ചിൻകൂടും ഉത്തരയുടെ ഗർഭപാത്രവും
എന്റെ ഗാണ്ഡീവത്തിലെ മിസൈൽ മാരികൾ ഭസ്മീകരിച്ചുവല്ലോ.
അണുവായുധങ്ങൾക്ക് തകർക്കാനാവാത്ത അണ്ഡാശയങ്ങളോ??

"നിറന്ന പീലികൾ നിരക്കവേ കുത്തി,
നെറുകയിൽക്കുട്ടിത്തിറമൊട്ടു കെട്ടി,
കരിമുകിലൊത്ത ചികുരഭാരവും ,
മണികൾ മിന്നും മണിക്കിരീടവും... "

കർമ്മ ക്ഷേത്രേ... കുരുക്ഷേത്രേ..
"വ്യർത്ഥഗീത" ചൊല്ലുന്നു ഞാൻ,
ധർമ്മക്ഷേത്രേ... കുരുക്ഷേത്രേ..
"ശാന്തിഗീതം" ചൊല്ലിയലയുന്നു ഞാൻ,
ഇന്നുമലയുന്നു ഞാൻ.......
ധർമ്മക്ഷേത്രേ........ കുരുക്ഷേത്രേ.........

...." ഹായ്, മൈ ഫെയ്സ് ബുക്ക് "....

ഹായ്, എന്തു രസമാണീ ഫെയ്സ് ബുക്ക് !
ഹായ്, എന്തു സുഖമാണീ ഫെയ്സ് ബുക്ക് !
കൂട്ടില്ലാതെ തെണ്ടി നടന്നു, ഞാനിന്നലെ,
ഇന്നെനിയ്ക്കാ, യിരമല്ലാ, ഫ്രണ്ട്സ് അയ്യായിരാണിഷ്ടായി,
ഫ്രണ്ട് ലിസ്റ്റ് ഫുള്ളായി, ഹൗസ്ഫുള്ളായി,
എന്തു രസമാണീ ഫെയ്സ് ബുക്ക്,
എന്തു സുഖമാണീ ഫെയ്സ് ബുക്ക്,

ഇവിടെ, യീ, ഇത്തിക്കരെയിലും,
അവിടെ , അങ്ങ് അമേരിക്കയിലും,
ചൊവ്വയിൽ നിന്നു പോലുമെനിയ്ക്കു ഫ്രണ്ട് റിക്വസ്റ്റുണ്ടു കേട്ടോ,
അയ്യായിരം ,സുന്ദരികൾ, സുന്ദരൻമാരും,
അതു മീ വിരൽത്തുമ്പിൽ,
ലൈക്ക് ചെയ്തു ചെയ്തെന്റെ ചൂണ്ടു വിരലൊടിഞ്ഞു പോയ്,
ഹായ്, എന്തു രസമാണീ ഫെയ്സ് ബുക്ക്, !
ഹായ്, എന്തു സുഖമാണീ ഫെയ്സ് ബുക്ക് !

ഉച്ചയക്ക് ഭാര്യയെ മൈൻഡ് ചെയ്യാത്ത ഞാൻ,
പാതിരായ്ക്കവളുടെ ബ്യൂട്ടിഫൈഡ് പ്രൊഫൈൽ
ലൈക്ക് ചെയ്തു പോയിന്നലെ, ആളുമാറി,
പിന്നെ ഷെയർ ചെയ്തു പോയിന്നലെ,
അച്ഛനറിയാതെ, യെന്തൊക്കെയോ ലൈക്കു ചെയ്യുന്നു മക്കൾ,
മക്കൾ കാണാതെയച്ഛനു, മെന്തൊക്കൊയോ ഷെയർ ചെയ്യുന്നു!
കണ്ടാൽ ചിരിക്കാത്ത നെയിബറുപോലും
രാത്രിയിലെന്നെ ലൈക്ക് ചെയ്യുന്നു!
ഹായ്, എന്തു രസമാണീ ഫെയ്സ് ബുക്ക്!

ഹായ്, എന്തു സുഖമാണീ ഫെയ്സ് ബുക്ക്!

ഹൗസ് ഫുള്ളായ ഫ്രണ്ട് ലിസ്റ്റു ചെക്കു ചെയ്തു
തളർന്നു പോയ് ഞാനിന്നു വെളുപ്പിനേ,
ലാസ്റ്റിൽ, സ്വന്തം ഭാര്യയെ ഡിലീറ്റ് ചെയ്തു ഞാൻ,
പിന്നെയൊരു ഫ്രണ്ട് റിക്വസ്റ്റങ്ങു കാച്ചി ഞാൻ!
ദൈവത്തിന, യാളുടെ, പ്രൊഫൈൽ ബ്യൂട്ടി നോക്കാതെ,
ഫ്രണ്ട് റിക്വസറ്റും, കമന്റും, പിന്നൊരു റിക്വസ്റ്റും,
"ഫെയ്സ് ബുക്ക് ക്രിയേറ്റ് ചെയ്യുവാൻ
മറന്നു പോയോ ഭവാനാദിയിൽ?
മറന്നതോ, അല്ലെങ്കിൽ, മണ്ടനാണീശ്വരൻ,
അലെങ്കിലാ പൊല്ലാപ്പുകനി കടിക്കുമായിരുന്നില്ല ഞാൻ,
പറഞ്ഞിട്ടെന്തിനി, കംപ്ലയിന്റുകൾ, പോട്ടേ,
റിക്വസ്റ്റൊന്നേയുള്ളൂ ,ഭവാനോടെനിയ്ക്കിന്നു,
സ്വർഗ്ഗത്തിലും നരകത്തിലും ഫെയ്സ് ബുക്ക്,
കണക്ഷനും,
പിന്നെ, വൈഫില്ലെങ്കിലും വേണം, വൈ ഫൈ, ഹോട്ട് സ്പോട്ടും
മസ്റ്റാണെനിയ്ക്കു , ഭവാനേർപ്പാടാക്കണം,
ഓക്സിജനില്ലെങ്കിലും അഡ്ജസ്റ്റ് ചെയ്യാം പക്ഷേ,
ഫൊർഗെറ്റ് ചെയ്യരുതീ റിക്വസ്റ്റൊരിക്കലും,
താങ്ക്സ്, മെനി മെനി താങ്ക്സ് ".

ഹായ്, എന്തു രസമാണീ ഫെയ്സ് ബുക്ക്!
ഹായ്, എന്ത് സുഖമാണീ ഫെയ്സ് ബുക്ക് !

കവിയുടെ കല്പടവുകൾ:-

1. നിത്യവും മുഖാമുഖം കാണുമ്പോൾ ഒന്നു ചിരിക്കാത്തവർ ഫെയ്സ്ബുക്കിൽ ഫ്രണ്ട് റിക്വസ്റ്റ് അയച്ചത് ബല്ലാത്ത ചെയ്ത്ത്...
2. ഈ കവിത ചൊല്ലിക്കേട്ട് ഒരു സുഹൃത്ത് പറഞ്ഞ വാക്കുകൾ" ചെമ്മനം ചാക്കോയുടെ ആളില്ലാക്കസേരകൾ " ഓർമ്മിപ്പിച്ച നിന്റെ കവിത", എനിക്കു ലഭിച്ച പ്രഥമ സാഹിത്യ പുരസ്കാരം.

എന്റെ യാത്ര ...

കളിക്കൂട്ടുകാരോരോ ദിനമോതും കൗതുകം കേട്ടുകേട്ടെൻ മനസ്സിലും
,മൊട്ടിട്ടു പോയൊരു കുഞ്ഞു മോഹം, അറിയാതെയെന്നുള്ളിലും,
ചിരകാലമതു താലോലിച്ച പോയ്, ഉറങ്ങിയു,മുണർന്നു മങ്ങനെ,
"ഒരു യാത്ര പോകണം, അകലെയാ, മൂടൽമഞ്ഞു
 മുലക്കച്ച കെട്ടിയുന്മാദം തഴുകുമാ കുന്നിൻ ചെരുവിൽ,
പ്രഭാത കിരണങ്ങൾ പ്രശാന്തി വിതറുമാ താഴ്‌വാരങ്ങളിൽ,
പൊൻനിലാവു മാദകശയ്യ വിരിക്കുമാ സാഗര പുളിനങ്ങളിൽ,
നാടായ നാടൊക്കെ വാഴ്ത്തും പുകൾപെറ്റ,
കേമമാം പുരിയിൽ, രാജാധിരാജന്റെ ,
ഓമനപുത്രിയെയാ, സൗന്ദര്യ ധാമത്തെയൊരു നോക്കു കാണുവാൻ "
പിന്നെയും, പിന്നെയുമുറങ്ങാതെയൊരു മോഹമെന്നിലും,
ഉറങ്ങാതെ, യുണരുന്നു,ഒരു യാത്ര പോകണം .

"ആഴത്തിലാഴ്ന്ന, ചുറ്റിപ്പിണഞ്ഞു പോയിതെൻ വേരുകൾ,
ഭുജശാഖികൾ, പാട്ടും പറവകൾക്കാലയമായതു -
മെൻ കുളിർച്ഛായ വഴിപോക്കർക്കു,
മശരണർക്കുമൊരു തണലായതും ,
കുഞ്ഞിലകൾ, ഏവർക്കുമന്നം തിളയ്ക്കുമടുപ്പുകളായതും,
തിരിഞ്ഞു നോക്കുവാനൊരിടവേള കിട്ടാതിരിപ്പതും,
എന്റെ മോഹമൊരു ദിവാസ്വപ്നമായ് കൊഴിഞ്ഞും
തളിരിട്ടുമങ്ങനെ,
ഒരു യാത്ര പോകണ, മകലെയല്ലെങ്കിലും, ഒരു കുഞ്ഞു
യാത്ര പോകണം"

"നമോവാകം, നവോൻമേഷമെത്തിയീ പുലരിയും പതിവുപോൽ,
എന്നരികെയണയുന്നു മന്ദം, അയൽനാട്ടുകാരനൊരു
തടിവെട്ടുകാരൻ,
വിനായാദരം നമിച്ചെൻ പാദത്തിലാദ്യം പിന്നെ,

തൻ മഴവിനാലെന്റെയാ മോഹം, സഫലമാക്കീടിനാൻ ,
മന്ദമാ, മാനുഷൻ, മടിയേതുമില്ലാതവൻ,
മെല്ലെയുരുളും ചക്രങ്ങളിൽ, അകലെയാ, രാജപുരത്തിലേയ്ക്കു ഞാൻ,
'രാജകുമാരിതൻ അന്തഃപുരത്തിൻ ക്കുരയ്ക്കു താങ്ങായ്,
എൻ കിനാവിലെ രാജകുമാരിയെ നിത്യം കണ്ടുണരുവാനും,
എന്റെയാ ചിരകാല മോഹമിന്നു സഫലമായ്,
യാത്രയായ് ഞാനും, ആദ്യ യാത്ര, യിതെന്നന്ത്യ യാത്രയും !
ഒരു യാത്ര പോകണം അകലെയല്ലെങ്കിലും,

ഒരു യാത്ര പോകണം, അകലേയല്ലെങ്കിലും ...

......കൂടെ പിറക്കാത്ത കൂടപ്പിറപ്പുകൾ.......

വൈദ്യശാസ്ത്രം മഹാശ്ചര്യം
ജനനം മഹാത്ഭുതം, ജീവിത സമസ്യയേക്കാളേറ്റം
അച്ഛന്റെ സൃഷ്ടിയിൽ ബീജങ്ങൾ
ഒന്നല്ല, രണ്ടല്ല, ആയിരം കോടിയത്രേ!
ഒരു തുള്ളി രേതസ്സിൽ. ഒന്നരക്കോടിയത്രേ!
അച്ഛന്റെ ഒരോരോ വേഴ്ചയിലും
അമ്മ തന്നണ്ഡത്തെ ലക്ഷ്യമാക്കി
ഒമ്പതു കോടി കുതിച്ചവത്രേ!
ഒന്നാമനായി ഞാനെത്തിയത്രേ!
ഒമ്പതു കോടിയും തോറ്റവത്രേ!
ഒന്നാമനായി ഞാനെത്തിയത്രേ!
ഒരു മാത്ര തൻ ശതഭാഗ വേഗത്തിൽ
ഒമ്പതു കോടിയും തോറ്റവത്രേ!

ഒമ്പതു കോടിയിൽ എന്നെ തെരഞ്ഞവൻ,
എന്നെ തുണച്ചവൻ, എന്റെ ഉടയവൻ,
അവൻ മാത്രമെനിയ്ക്കു ദൈവം,
മറ്റുള്ളതെല്ലാം വെറും കല്ലുകൾ
കമനീയമാം പൂജാവിഗ്രഹങ്ങൾ .

അച്ഛന്റെ ആയുസ്സിൽ. ആയിരം കോടി പിറന്നവത്രേ!
രൂപമെടുക്കാതെ, പിറവിയെടുക്കാതെ,
ആയിരം കോടിയും തോറ്റ വത്രേ!
കൂടെ പിറക്കാത്ത കൂടപ്പിറപ്പുകൾ.

അതിലൊന്നു ഞാനായിരുന്നെങ്കിലോ?
കര കാണാതെ, കടൽ കാണാതെ
നീന്തി മറഞ്ഞിരുന്നെങ്കിലോ?
ഒരു പകുതിയിൽ ഉൾക്കിടിലം, മരവിച്ചു നില്പു ഞാൻ!
മറുപകുതിയിൽ ജീവിത ഹർഷോന്മാദം, കോരിത്തരിപ്പു!

കൂടെ പിറക്കാത്ത കൂടപ്പിറപ്പുകൾ
ആയിരം കോടിയത്രേ!
അവരുടെ മൂക്കും മുടിയും മുഖവും
കരളിലെ സ്നേഹവും ചങ്കിലെ ചോരയും
കണ്ണിലെ കാഴ്ചയും കണ്ഠത്തിൻ നാദവും
കാലിൻകരുത്തും കൈയിൻ തരിപ്പും
എന്റേതു പോലെയോ? എന്റേതു പോലെയോ?

അമാവാസിയിൽ നീന്തി നീന്തി
മുങ്ങി നിവർന്നീറനായി
ആത്മബന്ധത്തിനാൽ, ജന്മബന്ധത്തിനാൽ,
ബലിപീഠമൊരുക്കവേ, അജ്ഞാത പിതൃക്കളായി
ആയിരം കോടിയും അതിവേഗമെത്തിയോ?
ഈറനാം കുശാഗ്രത്തിലമർന്നുവോ?
പിതൃ പിണ്ഡം നുകർന്നുവോ? തൃപതി പകർന്നുവോ?
നിങ്ങൾ തൻ ത്യാഗം എൻ ജീവിതം, ഒരു പിടി ചോറിലൊതുങ്ങുമോ?

ആറ്റിൻ തണുപ്പിൽ മുങ്ങി നിവർന്നു ഞാൻ
തർപ്പണം ചെയ്യവേ,
ഒരു കുളിർ തെന്നലായ്, തേങ്ങലായ്
എന്നെ തഴുകിയോ? കൂടപ്പിറപ്പുകൾ
കൂടെ പിറക്കാത്ത കൂടപ്പിറപ്പുകൾ.
നാട്യങ്ങളില്ലാതെ ബീജങ്ങളില്ലാതെ,

കരളുരുകിയുതിരുമീയൊരു തുള്ളി കണ്ണുനീർ,
നിങ്ങൾക്കായി ഞാൻ തർപ്പണം ചെയ്യവേ,
പകരമില്ലാത്ത ജനനം, ജീവിതത്തിനും
കൂടെ   പിറക്കാത്ത കൂടപ്പിറപ്പുകൾ,
നിങ്ങൾക്കായ് ഇതെന്റെ തിലോദകം
എന്റെ തിലോദകം.

കവിയുടെ കല്പടവുകൾ:--

1990- കാലഘട്ടം - തിരുവനന്തപുരം നാലാഞ്ചിറ മാർ തിയോഫിലസ് ടീച്ചേഴ്സ് ട്രെയിനിങ് കോളേജ്- വിദ്യാഭ്യാസ മനശ്ശാസ്ത്രം ക്ലാസ്- അദ്ധ്യാപകൻ ഡോ. ജോൺ ഇലഞ്ഞിമണ്ണിൽ - "നിങ്ങളുടെ ജനനത്തിലെ സങ്കീർണ്ണമായ പ്രക്രിയ അറിയാമോ..? ഒരു സ്ത്രീയും പുരുഷനും ഇണ ചേരുമ്പോൾ പുരുഷ ശരീരത്തിൽ നിന്നു സ്ത്രീശരീരത്തിലേയ്ക്ക് ഒരു നിമിഷം നിക്ഷേപിക്കപ്പെടുന്നത് കോടിക്കണക്കിന് പുരുഷ ബീജ കോശങ്ങൾ.. ഒരു സെക്കന്റിന്റെ കോടിയിലൊന്നു സമയത്തിനുള്ളിൽ മറ്റെല്ലാ കോശങ്ങളെയും പിന്നിലാക്കി അണ്ഡകോശത്തിൽ സംയോജിക്കുന്നു. അങ്ങനെ വിജയിച്ചത് മറ്റൊരു പുരുഷകോശമായിരുന്നെങ്കിൽ ജനിക്കുന്നത് മറ്റൊരു വ്യക്തി.. എനിക്ക് ഈ ജന്മം ലഭിക്കുമായിരുന്നില്ല... മേഘത്തിൽനിന്ന് മാരി ചൊരിയുമ്പോൾ ഏതു മഴത്തുള്ളിയാണ് ഭൂമിയുടെ പ്രതലത്തിൽ ആദ്യം തൊടുന്നതെന്ന് കണ്ടെത്തുമ്പോലെ.... ഈ മർത്ത്യജന്മം...." ആ തീപ്പൊരി....

ഈ കവിത യശ: ശ്ശരീരനായ ഡോ. ജോൺ ഇലഞ്ഞിമണ്ണിൽ, എന്നെ ഏറെ സ്വാധീനിച്ച ആ അധ്യാപക ശ്രേഷ്ഠന്റെ സ്മരണയ്ക്ക്.

Dr. John Elanjimannil

.......മാതൃഹത്യ.......

അമ്മയെക്കൊന്നു ഞാനായിരം വട്ടം നീയോ,
ആയിരം വട്ടമെന്നമ്മയെക്കൊന്നു ഞാൻ നീയോ?

പത്തുമാസം ദുർഭരഗർഭം പേറിയോൾ പിന്നെ,
പേറ്റുനോവിൻ സൂചിമുനകൾ നട്ടെല്ലു തുളയ്ക്കുന്നതുമൊ-
രിറ്റു പാല്പായസമായ് നുണഞ്ഞ മാതൃസ്പന്ദന-
മവൾ പകർന്നൊരമ്മിഞ്ഞപ്പാലിന്നോരോ തുള്ളിയും,
താരാട്ടമൃതമായെന്നെപ്പുണർന്നുറക്കിയ രാവുകൾ പകലുകൾ,
പുലരിയിലവൾ ചൊല്ലിയോരാ രാമായണ ശീലുകൾ നവ ശീലങ്ങൾ.
പിന്നെയെവിടെയോ, എവിടെയോ കുതറിയെൻ ചിന്തകൾ,
അനുജന്റെ കളിപ്പാട്ടമപഹരിച്ചപ്പോഴെന്നെ തല്ലിയോളമ്മ,
അവളുടെ തലയിലിടിത്തീ വീഴെട്ടെന്നു പ്രാകി ഞാൻ,
അമ്മയെക്കൊന്നു ഞാനാദ്യമായ്, ബാലചാപല്യമെങ്കിലും,
പിന്നെയെത്രയോവട്ടമറിഞ്ഞു   മറിഞ്ഞുയാതെയുമമ്മയെക്കൊന്നു
ഞാൻ,

വീടെനിക്കൂട്ടുക്കുവാനമ്മയെ പുറത്തെറിഞ്ഞപ്പൊഴും,
ശരണാലയത്തിലുമമ്പലത്തിലും, പെരുവഴിയിലുമെങ്ങോ,
നടതള്ളി നടതള്ളിയമ്മയെക്കൊന്നു ഞാനായിരം വട്ടം, നീയോ?
യമധർമ്മ പാശസ്പർശമേക പ്രതീക്ഷയായട്ടം നോക്കി മരുവുമ്പൊഴും,
ശരണാലയത്തിന്നിടനാഴികളുളിയിട്ടെത്തുമൊരിളം കാറ്റ-
ശരണയാമ്മ തൻ കണ്ണീർച്ചാലുകൾ തോർത്തുമ്പൊഴു-
മാശിച്ചു ഞാനായിരം വട്ടം, "എന്നമ്മ ചത്തെങ്കിലെന്നു" ഞാൻ,
ചാക്കാലയില്ലാത്തോളെന്നമ്മ, ചത്തെങ്കിലെന്നാശിച്ചു ഞാൻ.
ഒടുവിലാ ദീപനാളം കെട്ടുവെന്നറിഞ്ഞാശ്വസിച്ചു ഞാൻ,

അമ്മയെക്കൊന്നു ഞാനായിരം വട്ടം നീയോ ?

അമ്മെക്കൊന്നു ഞാനൊരു വട്ടം, ഒരു വട്ടമമ്മയെക്കൊന്നു ഞാൻ,

താതന്റെയാജ്ഞയാലമ്മയെക്കൊന്ന ഞാൻ,
ഇടറും മനം കൈവിട്ട മഴുവിനാലമ്മയെക്കൊന്ന ഞാൻ,
ഉതിരും കണ്ണീരിനാലച്ഛന്റെ പാദങ്ങൾ കഴുകിയാ പാപം,
പുണ്യമായ്, പുണ്യമായമ്മയെ പുനരുജ്ജീവിപ്പിച്ച ഞാനെങ്കിലും,
മാതൃഹത്യാ പാപമൊരഴലായെന്റെ നിഴലിനൊപ്പ, മെപ്പൊഴും
കവിഞ്ഞൊഴുകും കണ്ണീരിനാൽ കഴുകീടൊലാ നിൻ പാപം,
നിഷാദനാകാതിരിക്കുക, മാനിഷാദ പാടുക മറ്റുള്ളോർക്കായ്,
മഴുവെറിഞ്ഞു ഞാൻ വീണ്ടെടുത്തൊരീ മണ്ണിൽ മാനിഷാദ പാടുക നീ
മറ്റുള്ളോർക്കായ്.

കവിയുടെ കല്പടവുകൾ :-

"മാതൃഹത്യ " എന്നതിന് " പിതൃഹത്യ " എന്നും അന്വയം.

വിണ്ണിലെ താരങ്ങൾ

എന്നുടെ മുത്തശ്ശിയ്ക്കുണ്ടായിരുന്നൊരു മുത്തശ്ശി,
പണ്ട് ,പണ്ടൊരു ,സന്ധ്യയിലാ മുത്തുമുത്തശ്ശി,
കൊച്ചുമോൾക്കോരോ കഥകൾ ചൊല്ലീടവേ,
വിസ്മയം,ചൊല്ലിപോൽ വിണ്ണിലെ താരങ്ങൾ തൻ കഥ.

മണ്ണിലെ മാനവർ, നന്മയുള്ളോർ, മരിച്ചീടുകിൽ,
വിണ്ണിലെ താരങ്ങളായ് മാറീടുമവരൊക്കെയും ,
ധ്രുവനും ,കണ്ണു ചിമ്മും താരങ്ങളൊക്കെയും ,
മണ്ണിലെ മഞ്ഞു കണങ്ങളായിരുന്നു പോൽ!

എന്നുടെ മുത്തശ്ശി, കുഞ്ഞായിരുന്നൊരു നാളിലും,
മാനത്തെ താരങ്ങളെ, കുട്ടിക്കിഴിച്ചു പോൽ,
നാളോട്ട് നാളിലും തിങ്ങി നിറഞ്ഞു പോൽ,
വിണ്ണിലാ താരങ്ങൾ, മണ്ണിലെ മുത്തുകൾ.

ഞാനും,അറിയാതെ,യിന്നൊരു മുത്തശ്ശിയായി പോൽ,
പേരക്കിടാങ്ങൾക്കില്ലാ നേരം, കഥ കേൾക്കുവാൻ,
വിണ്ണിൽ,കൂട്ടിക്കിഴിക്കുവാൻ താരങ്ങളുമില്ല,
പണ്ടത്തെയേതാനും താരങ്ങളല്ലാതെ.

താരങ്ങളുദിപ്പതു,മസ്തമിപ്പതുമിന്നു മണ്ണിലാണു -പോൽ,
സിനിമയിൽ ,രാഷ്ട്രീയത്തിൽ എണ്ണമറ്റവർ,
പുലരിയിലുദിക്കുന്നു, അന്തിയിലസ്തമിക്കുന്നു ,
വിണ്ണിലേയ്ക്കുയരുവാൻ കഴിയാതായിരങ്ങൾ ..

എന്നുടെ കൊച്ചുമോൾ മുത്തശ്ശിയാകുമ്പോൾ,
വിണ്ണിലെ താരങ്ങൾ, മണ്ണിലെ കടങ്കഥ മാത്രമാകും,
കൺചിമ്മുവാൻ താരങ്ങളില്ലാതെ ,വാനമിരുണ്ടു,
കറുത്തൊരു ശൂന്യമാം രാത്രിയാകും ,ശൂന്യമാം രാത്രിയാകും .

.... ഒരു തൂവൽ പോലെ......
(TRANQUILITY)

മന്ദമൊരു കുളിർ തെന്നൽ വീശിയകലവേ,
ഒരു കുഞ്ഞില, ഞാനും നിപതിക്കയായ്,
മാതൃസ്പർശമോലും ഓളങ്ങളിൽ മന്ദമൊഴുകവേ,
സ്പടം ചെയ്തപോൽ തിളങ്ങും നീലാകാശം മുകളിലും,
അടിയൊഴുക്കില്ലലയും ആഴങ്ങൾ കീഴിലും,
പൊന്നലക്കൈകൾ താങ്ങുമോളങ്ങളിൽ,
മന്ദമൊഴുകിയും ഊയലാടിയും ഞാനുമങ്ങനെ,
ശബ്ദമില്ലങ്ങു, കോലാഹലങ്ങളില്ലാ,
ഞാനും, മുകളിലെൻ നീലാകാശവും മാത്രമല്ലേ,
താണ്ടുവാൻ കാതമേറെയുണ്ടെങ്കിലും,
നിരൂപം, നിരാമയം, നിശ്ചേതനം,
കുഞ്ഞിളം കാറ്റിൽ പറന്നകലുമൊരു തൂവൽ പോലെ,
താളം, മെല്ലെ തഴുകുമീയോളങ്ങളിൽ,
ഉന്മാദം, നിത്യോന്മാദം ഒഴുകിയകലുന്നു, ഞാനും.

കവിയുടെ കല്പടവുകൾ :

This is the tranquility I felt rarely and often feel. So serene and unique a disposition.

...........നിലാവ്............

നിലാവു കായണമെനിയ്ക്കല്പമീ,
കുളിർ നിലാവു കായണ, മെനിയ്ക്കര നാഴികയീ,
നീലനിശീഥിനി, യിലീ, നനുത്ത മണൽ തരികളൊ-
ത്തക്കമീ മാദകതല്പത്തി,ലിവിടെയരികിലായ്, അവിടെയാ-
സാഗരം തിരതല്ലിയാർക്കട്ടെ, എനിയ്ക്കെന്റെയീ,
വെൺനിലാവു ,മെന്നേകാന്തതയുമേ പഥ്യം.

നീലവാനം നെയ്തൊരാ സ്വപ്നങ്ങളൊക്കെയും
പകലിൻ ചൂടിലെരിഞ്ഞമർന്നു പോയ്,
ചുമലിലെ ഭാണ്ഡമാ സന്ധ്യതൻ കവലയി, ലവിടെ
യത്താണിയിലിറക്കി വെച്ചു ഞാനോടിക്കിതച്ചെ -
ത്തിയീ ശാന്തസാഗര പുളിനത്തിലീ -
നിലാവിന്നമൃതം നുകരുവാൻ, നുണയുവാൻ മാത്രമായ്.

അമ്മിഞ്ഞപ്പാലിൻ മധുരത്തിനൊപ്പമാ നാളിലെൻ
ചുണ്ടുകൾ നുണഞ്ഞതാണീ നറുനിലാവിൻ മാധുര്യ-
മെൻ ബാല്യ, കൗമാര, യൗവന സ്വപ്നങ്ങൾ മൊട്ടിടും വേളയി-
ലിതെന്റെ തപ്ത ദീപ്തമാം മജ്ജയും, മാംസവു-
മിതെന്റെ സിരകളിലൊഴുകും ചുടുചോരയാണീ,
വെൺനിലാവെൻ കളിത്തോഴി ,യിവളെന്റെ
കദനങ്ങളിൽ കണ്ണീരൊപ്പിയെന്നേകാന്തമാ, മിരുളിൻ
വഴിത്താരകളിലൊക്കെയു, മൊരു ശീതാംശുവായെന്നെ
തഴുകിയുറക്കിയു, മുണർത്തിയു,മെന്നെയിക്കാലമൊക്കെയും.

നിലാവു കായണമെനിയ്ക്കല്പമീ,
കുളിർ നിലാവു കായണ, മെനിയ്ക്കര നാഴികയീ,

നീലനിശീഥിനി, യിലീ, നനുത്ത മണൽ തരികളൊ-
രുക്കുമീ മാദകതല്പത്തി, ലിവിടെ, യവിടെ.യരികിലാ -
ജീവിതസാഗരം തിരതല്ലിയാർക്കട്ടെ.

ഭുവിലിത്ര നാളുമെൻ പ്രണയഗീതമായൊരീ,
നിറനിലാവെൻ നിത്യ നിർമ്മല പൗർണ്ണമി -
യീ കുളിർനിലാവിലൊരു മാത്ര, മാത്രമൊരു നിശാഗന്ധിയായ്,
ഒരു കുളിർ നിശ്വാസമായ് ഞാനലിഞ്ഞിടട്ടേ -
ഒരു മാത്ര ,യൊരു മാത്ര,മാത്രമൊരു നിശാഗന്ധിയായ്-
ഈ നിറനിലാവെൻ നിത്യ നിശ്വാസ, നിർമ്മല പൗർണ്ണമീ!

ആർട്ടിഫിഷ്യൽ ഇൻറലിജൻസ്....

നാലാളറിയും കവി ഞാൻ, നാടറിയും കവി,
ഷഷ്ടിപൂർത്തിയാണെനിക്കിന്ന്, നാടിനാഘോഷം.
മംഗള ഗീതങ്ങൾ, സ്തുതിഗീതങ്ങൾ തുടികൊട്ടിയെൻ
കവിക്കൂട്ടുകാർ, കവി പുംഗവൻമാരും നിരക്കുന്നു..
ആനന്ദലബ്ധിക്കെനിക്കിനിയെന്തു വേണ്ടൂ...?

എങ്കിലും നിറഞ്ഞൊഴുകുമെൻ മിഴികളിന്നും,
തൊണ്ടയിൽ കുരുങ്ങിയൊരു കാരമുള്ളുപോലാ ദിനം,
കരളിനെക്കുത്തി നോവിക്കുമൊരു നൊമ്പരം,
പിറന്ന നാൾ തൊട്ടെന്നെയലട്ടുന്നു നൂനം.

അച്ഛനെക്കണ്ടിട്ടില്ല ഞാനിതേവരെ, യൊരിക്കൽപ്പോലും,
മാതൃഗർഭത്തിൽ ഞാനാറു മാസം പുക്കെ മറഞ്ഞതാണച്ഛൻ,
നാട്ടിൻപുറത്തുകാരനൊരു മരംവെട്ടുകാരൻ,
" വെട്ടും പച്ചമരത്തിലാഞ്ഞ മിന്നലിൽ കരിഞ്ഞുപോയതാണച്ഛൻ.. "
വിതുമ്പി വീണുപോയിതമ്മയും, തിരതള്ളുമോർമ്മയിൽ.

"കരയാതമ്മേ, യീ നല്ല നാളിൽ, നമുക്കൊപ്പിക്കാമച്ഛനെ "
അമ്മകാട്ടും പനയോലത്തുരുമ്പിലച്ഛൻ തിളങ്ങുന്നു,
" വേലപ്പൻ അതാണു നിന്നച്ഛൻ, നേരേ കണ്ടിട്ടില്ലാ ഞാനും".

"വേലപ്പൻ, മൈ ഗ്രാൻഡ് പാ, പറ്റേണൽ ഗ്രാൻഡ് പാ,
എ കൺട്രി വുഡ് കട്ടർ, പ്ലീസ് ചാറ്റൂ ജി. പി. ടി"
യു. കെ. യിൽ നിന്നുമെത്തിയോൻ ഐ. ടി. വിദഗ്ധനെൻമോൻ,
ചാറ്റ് ജി. പി. റ്റി -യോടാജ്ഞാപിച്ചവൻ നില്ക്കേ.
ഞൊടിയിലച്ഛനെക്കണ്ടൂ ഞാനാദ്യമായി.

"വേലപ്പനെക്കണ്ടു ഞാനമ്മേ, നമ്മുടെയച്ഛനെ,
ചുള്ളൻ, മിടുക്കൻ, സുന്ദരനൊരു മരംവെട്ടുകാരൻ,
കയ്യിലൊരു കുറുകോടാലിയും ചൊടിയിൽ ധിക്കാരവും,
കണ്ണിൽ ശൃംഗാരവും, പ്രേംനസീറാണമ്മേ എന്റെയച്ഛൻ"

" തന്റെയച്ഛനെ ചതിച്ച ജോസ് പ്രകാശിനെ,
വര വരച്ച ചുട്ട പാഠം പഠിപ്പച്ചോനെന്നച്ഛൻ,
ജയഭാരതിയെ വളച്ച വളച്ച കെട്ടിയോനച്ഛൻ,
പ്രേംനസീറാണമ്മേയെന്റെയച്ഛൻ, സുന്ദരൻ,
തെറിച്ച തെമ്മാടിയാണച്ഛൻ, തെമ്മാടി വേലപ്പൻ"..

"എന്തു കോപ്പെടാ നിന്റെ ചാറ്റന്ന ജി. പി. ടി,
ചീറ്റിംഗ്, നിന്റെ ആർട്ടിഫിഷ്യൽ ഇന്റലിജൻസ്,
ചവറ്റ കൊട്ടയിലെറിയെടാ നിന്റെ തേങ്ങാക്കൊല"
ആക്രോശിച്ച നിലംപതിച്ചിതെന്നമ്മയും കഷ്ടം..
ആക്രോശിച്ച നിലം പതിച്ചിതെന്നമ്മയും കഷ്ടം...

കവിയുടെ കല്പടവുകൾ :-

ആർട്ടിഫിഷ്യൽ ഇന്റലിജൻസിനെ തമാശയോടെ ഒന്നു സങ്കല്പിച്ചവെന്ന മാത്രം, ഒരിക്കലും താഴ്ത്തിക്കെട്ടാൻ ആഗ്രഹമില്ല.

വിവാഹം

മറ്റൊള്ളോര് കഴിക്കണെ
കണ്ടോണ്ട് നിന്നപ്പം
കൊതിയേറി, എനിക്കും,
നാവില് വെള്ളമൂറി,

ഞാനുമൊരെണ്ണം,
കഴിച്ചുപോയ്, ഇന്നലെ,
ഏനക്കേടായി, കുഴഞ്ഞു
വലഞ്ഞു, തളർന്നു പോയ്,

മുഴുത്ത ചൊറിതനക്കായ
വിളഞ്ഞു പഴുത്തതീ സാധനം !
മറ്റൊള്ളോര് കഴിക്കണെ കണ്ടോണ്ട്
നിൽക്കുവാനുള്ളതീ സാധനം !!
മോനേ, നമുക്ക് കഴിക്കുവാൻ
യോഗ്യമല്ലീ സാധനം !!!

.....ഒരു ചിലങ്കയുടെ മോഹം....
.... എന്റെയും.............

അമ്മ തൻ പിറന്നാൾ സമ്മാനമീ പൊൻപട്ടുപാവാടയും,
കൈവളകൾ, കളിമൊഴികൾ കൊഞ്ചുമീ-
കനകവളകൾ,അച്ഛന്റെ സ്നേഹസമ്മാനവും,
ഒന്നോർത്തുകിൽ, തുച്ഛമേ തുച്ഛമെനിയ്ക്കെപ്പൊഴും,
എന്റെയീ ചിലങ്കകൾ,വെറും പിച്ചള മുത്തുകളെങ്കിലും,
ഊണില്ല ,ഉറക്കത്തില്ല, മെൻ കളിക്കൂട്ടുകാരെൻ, കളിത്തോഴർ.

കള കളം പാടിയും പൊട്ടിച്ചിരിച്ചും,
കൊച്ചോളങ്ങളാം പാദസരങ്ങൾ കിലുക്കിയും,
കുന്നിൻ ചെരുവിലൂടേറെ കുറുമ്പുകാട്ടിയും,
സാഗരസംഗമ വിശ്വ നൃത്തവേദിയിൽ
ചടുലതാളമാടാൻ കൊതിച്ചാമന്ദമൊഴുകും,
കുഞ്ഞരുവികൾ തന്നഷ്ടപദിചുവടുകൾ പോൽ,
എൻ ചിലങ്കകൾ കൊഞ്ചും മണിനാദമെൻ പുണ്യം,
ഓരോ പുലരിയിലുമവർതൻ കിന്നാരങ്ങൾ,
എന്നെ തഴുകിയുണർത്തു, മുണർത്തുപാട്ടുകൾ,
പൊൻകിനാവിൽനിന്നു മെല്ലെ എന്നെയുണർത്തി,
പുതുകിനാക്കൾ തീർക്കും താള വസന്തമല്ലയോ.

എന്നിൽ മൊട്ടിട്ടുവതൊരേയൊരു കിനാവുമാത്രം.
എന്നിൽ പൂത്തുലയുമേക വസന്ത മോഹവുമിതുമാത്രമാം.
അവസാന മേഘവും പെയ്തിറങ്ങുംവരേയ്ക്കുമീ-

സുന്ദരമാരിതൻ അവസാന തുള്ളിയും പെയ്തുതീരും വരെയ്ക്കു-
മാടിപ്പാടണമെനിക്കുമെൻ ചിലങ്കയ്ക്കു-
മൊരേ താളത്തിലൊരേ രാഗത്തിൽ നൃത്തമാടണമെ-
നിയ്ക്കുമെൻ ചിലങ്കയ്ക്കുമൊരേ താളത്തിലൊരേ, , ചുവടിനാ-
ലെൻ ഹൃദയതാളം നിലയ്ക്കുവോളമെൻ-
ചിലങ്ക തൻ ചരടു പൊട്ടുവോളവും,
നൃത്തമാടണമെനിയ്ക്കുമെൻ ചിലങ്കയ്ക്കുമൊരേ-
താളത്തിലൊരേ രാഗത്തിലൊരേ ചുവടിനാൽ".

കവിയുടെ കല്പടവുകൾ :-

നൃത്തം പഠിക്കണമെന്ന ഒരു ആറാം ക്ലാസുകാരിയുടെ അദമ്യമായ അഭിലാഷം, ദുർബലമായ ആരോഗ്യം വിഘാതവും...

യാചകൻ

ദൈവമാണേറ്റം പോന്ന യാചകൻ,
അമ്പല കവാടങ്ങളിൽ, തെരുവോരങ്ങളിൽ,
യാചിക്കുന്നു ദൈവമിന്നും,പരം കൂപ്പുകൈകളാൽ.
ദൈവം തന്നെയേറ്റം പോന്ന യാചകൻ.

പാൽപായസം,   നൈവേദ്യങ്ങൾ,
ആവോളമർച്ചിക്കുന്നു, ഭക്തരും വിഭക്തരും ,
ഭണ്ഡാരങ്ങൾ, കിലുകിലാരവം നിറയുന്നു,
കനകനാണ്യങ്ങൾ,എ യും ബിയും നിലവറ നിറയുന്നു,
ഈശ്വരൻ, കോടീശ്വരൻ, ദൈവം, പക്ഷേ,
യാചന തുടരുന്നു, പകലന്തിയോളം !
അങ്ങാടിയിൽ, രാജവീഥിയിൽ ,
നാട്ടുവഴികളിൽ , നാൽക്കവലയിൽ ,
ദൈവം തന്നെയേറ്റം പോന്ന യാചകൻ !

കരുണയല്ലോ യാചിപ്പൂ ദൈവം,
മനുഷ്യത്വമല്ലോ തെണ്ടുന്നതീശൻ !
കടലോളം തന്നൊരീശൻ
കടുകോളം കരുണ തെണ്ടുന്നു !!
എൻ കൈകളിൽ ,കീശയിലുമില്ലാത്തതു
നല്കുവതെങ്ങിനെ ? ഞാൻ , നല്കുവതെങ്ങിനെ?
ദൈവമിന്നും യാചന തുടരുന്നു ,
ദൈവമാണെന്നുമേറ്റം വലിയ യാചകൻ !!!

എന്റെ പ്രണയം

പ്രണയമൊരു പുഷ്പമെന്നാരു പാടുന്നു?
"പ്രണയമൊരു പുഷ്പം "
കവികൾ പാടുന്നു.
"പ്രണയമൊരു സൗരഭ്യ സൂനം"
കവികൾ പാടുന്നു.

എൻ പ്രണയമൊരു പുഷ്പമല്ല,
എൻ പ്രണയമൊരു നാഗ-
മാണതു , കോമള മണിനാഗം .
വസന്തപഞ്ചമി വാനിൽ തിളങ്ങും
പൗർണ്ണമി സന്ധ്യയിൽ,
ഞാനൊരു കരിനാഗമാകും,

നീയോ മനോജ്ഞമൊരു മണിനാഗം, പിന്നെയവിടെ, യാ,
പൂത്തുലഞ്ഞ പാലക്കൊമ്പിൽ,
ഇഴഞ്ഞടുക്കും നമ്മൾ ,മെല്ലെ, മെല്ലെ,
പിന്നെ, ഞാനൊരു ഘോര കരിനാഗമാകും,
എന്നഭിമതം, ഞാൻ, മെല്ലെ യോതും ,
"നീയൊരു കരിനാഗമാകണം, ഞാനൊരു മാത്ര മണിനാഗമാകാം"

"മണിനാഗമല്ലോ, ഞാൻ കരിനാഗമാകുവതെങ്ങിനെ ?"

"ഒരു മാത്ര, യൊരു മാത്ര ,നീയൊരു
കരിനാഗമാകണം, ഞാനോ മണിനാഗമാക, മതാണെനിക്കു കാമ്യം"
സൗന്ദര്യത്തർക്കം മുറുകുന്നു, പിന്നെ,
മനവും തനുവും തുടിച്ചൊന്നാകുന്നു,
"ഞാനും നീയുമൊരു വേള കരിനാഗങ്ങളാകണം,

ഇണ ചേരുമ്പോൾ പരസ്പര, മിഴ ചേരുമ്പോൾ -
ഇതു താൻ മതം, ഇരുവർക്കുമഭിമതം"
പൂത്തുലഞ്ഞ പാലക്കൊമ്പിതിൽ ,
സുഗന്ധിയാമിളം തെന്നൽ മദോന്മത്തം,
തഴുകിയുണർത്തുമീ പൗർണ്ണമി സന്ധ്യയിൽ,
ഇഴപിരിയാവണ്ണമിഴ, ഴഞ്ഞടുക്കുന്നൂ,
രണ്ടു നാഗങ്ങൾ, കരിനാഗങ്ങൾ,
ഇഴ പിരിയാവണ്ണമീ പാലക്കൊമ്പിൽ, പിന്നെ,
ചുറ്റിപ്പിണഞ്ഞു വരിഞ്ഞുമുറുകീടും,
നമ്മൾ തൻവന്യ മോഹങ്ങൾ ഫണം വിടർത്തുന്നൂ,
പ്രണയ ദാഹം തടം തല്ലിയാർക്കുന്നൂ,
ഹർഷോൻമാദം, രണ്ടു നാഗങ്ങൾ.
കരിനാഗങ്ങൾ,പ്രണയജോടികൾ,
സീൽക്കാര താളം മൂർഛിക്കുന്നു,
ആത്മാക്കളിഴചേർന്നരൊദ്വൈതം മൊട്ടിടുന്നൂ,
അഗ്നി ശൈലങ്ങൾ പൂവിട്ടിതൾ വിടർത്തുന്നു,
ഉഗ്ര കാളക്കൂടം പ്രണയ മരന്ദമായ്,
കുലംകുത്തിയാർക്കുന്നൂ, പിന്നെ സൗമ്യമായൊഴുകുന്നൂ,
പ്രണയ ദംശനം, പരം സുഖം,
നാഗങ്ങൾ, നാം, നിർവൃതി ശൃംഗമേറുന്നൂ!
നാഗങ്ങൾ, നാം, പ്രണയ നിർവൃതി ശൃംഗമേറുന്നു!

പ്രണയമൊരു പുഷ്പമെന്നാരു പാടുന്നു ?
ഞാൻ പാടുന്നൂ, പ്രണയമൊരു,
പുഷ്പമല്ല,
ഞാൻ പാടുന്നൂ, പ്രണയമൊരു
നാഗമാണു, ഘോര കാനന കരിനാഗ-
മെൻ പ്രണയമതു നിശ്ചയം !

കവിയുടെ കല്പടവുകൾ :-

സ്കൂളിനടുത്ത കാവിലെ കൂറ്റൻ ആൽമരത്തിൽ കരിമൂർഖനും ചേരപ്പാമ്പും ഇണ ചേരുന്നത് കണ്ടുനിന്ന ഒരു ആറാം ക്ലാസുകാരൻ ബാലൻ പ്രായപൂർത്തിയായി വിവാഹിതനായപ്പോൾ, അവന്റെ രതികല്പനകളെ രൂപപ്പെടുത്തിയത് പണ്ടത്തെ കാഴ്ച(വേഴ്ചയല്ല രതി എന്ന പാഠം ആറാം ക്ലാസിൽ തന്നെ തിരിച്ചറിഞ്ഞ കുട്ടി) .

ജനുവരി, ന്യൂ ഇയ്ർ
(JANUARY, NEW EAR)

നാളെ, നാളെ, യെന്നായിട്ടു നാഴികയളന്നും തളർന്നും,
മധുരക്കിനാക്കൾ തൻ മാദകശയ്യയിൽ ഞാനുറങ്ങീടവേ,
മെല്ലെ,യെന്നെ, പുല്കിയുണർത്തുമാ സ്വർഗ്ഗകുമാരിതൻ
കണ്ണുകൾ, കണ്ണാടികൾ, നീല ജലാശയങ്ങൾ,
അതിലെൻ മുഖം കണ്ടൊരാ,മാത്രയിൽ,
ഞെട്ടിത്തരിച്ചുപോയ് ഞാനുമളവറ്റവണ്ണം.
എന്നെയല്ല കാൺമതെൻമുഖം തന്നില്ല, മതു, മറ്റൊരാൾ.
ഒന്നല്ല, രണ്ടാണെനിയ്ക്കു മുഖങ്ങൾ, "ജാനസ്സി"നെന്നപോൽ.
പിന്നിട്ട വഴികൾ, അളന്നും തളർന്നുമെൻ പിൻകണ്ണുകൾ.
ആയിരം കിനാവുകൾ, നെയ്തും, മായ്ച്ചുമെൻ മുൻകണ്ണുകൾ.
അവളുടെ കണ്ണിലാ, നീലസാഗരത്തിലെന്നെ, കാണുവോളവും,
മുന്നിലും ,പിന്നിലും പാഞ്ഞും, പതിഞ്ഞും തളർന്നൊരെൻ മിഴികൾ,
ഇന്നു വിരിഞ്ഞൊരാ വസന്തവും, വർണ്ണാഭമാം വാനവും,
കണ്ടതില്ലൊരിക്കലും, നുകർന്നതില്ലൊരിക്കലും,
ഭൂതവും ഭാവിയും ചമച്ചൊരാ ശരപഞ്ജരത്തിൽ
സ്വസ്ഥം, പാഴ് കിനാവുകൾ മേലേ ശയിച്ച ഞാൻ.

.... ഒരു നാടൻ പ്രേമം.....

സാറേ, നാടൻ വെണ്ടയ്ക്കായ,
വഴുതന, നാടൻ മുരിങ്ങക്കായും",
പച്ചക്കറിക്കാരൻ ബാലന്റെ വാക്കുകൾ.

"സാറേ നല്ല നാടൻ ചൂര, അയലയും,
നാടൻ മത്തി, നാടൻ നെത്തോലിയും,
ചിക്കനും നാടൻ, മട്ടനും നാടൻ "
മീൻകടയിൽ, ഇറച്ചിക്കടയിലും നാടൻ മുഴങ്ങുന്നു...

"സാറേ, നാടൻ പഴം "
പഴക്കടയിലും പല്ലവിയൊന്നേ പോൽ..
സാറേ, നല്ല നാടൻ വാറ്റു ചാരായം,
ഫോറിനും തോറ്റേ പോകും ",

മലയാളിതൻ നാടൻ പ്രേമം,
വല്ലാത്ത കാടൻ പ്രേമം,
പൊറ്റക്കാടിൻ നാടൻ പ്രേമം പഴങ്കഥ.

കല്യാണചന്തയിൽ പോകിലോ,
നാടൻ പെണ്ണിനത്രേ മാർക്കറ്റ്,
ചെക്കൻ നാടനോ ഫോറിനോ,
ആരുമില്ല ചികയുന്നില,
കീടനാശിനി തളിക്കാത്ത വെണ്ടക്കായ,
നാടൻ ലേഡീസ് ഫിംഗർ,

ലിപ്സ്റ്റിക് തേയ്ക്കാത്ത ലിപ്സും.

കടുക് വെറുക്കുന്ന കണ്ണുകൾ,
തലയിൽ മുല്ലപ്പൂവും, സാരിയും ചുറ്റീടണം.

നാടൻ, നാടൻ, നാടെങ്ങുമേ നാടൻ പ്രേമം.
ഞാൻ നാടനോ ? നീ നാടനോ ?
അറിയില്ല, യെങ്കിലും എനിക്കു നാടൻ മതി.
വിഷം തിന്നും നാടിൻ നാഡിമിടിപ്പത്രേ,
എന്റെയീ നാടൻ വാക്കുകൾ, നമോവാകം.

... ജീവിത കലാമണ്ഡലം, മാഷും നവരസങ്ങളും...

കുഞ്ഞുങ്ങളേ, പൃഥിയാം ചെറുതുരുത്തിലേ,
കലാമണ്ഡലം, ഇതു ജീവിത കലാമണ്ഡലം.
ഇന്നു നമ്മുടെ പാഠം, നവരസങ്ങൾ,
ഒൻപതല്ലോ രസങ്ങൾ, നവരസങ്ങൾ.. "

"മാഷേ, രസങ്ങളൊൻപതു മാത്രം ? നവരസങ്ങൾ ?
ജീവിതമെന്താ രസമല്ലേ ?
രസങ്ങളായിരം ഞങ്ങൾ കാണ്മൂ..
സംഗീതം ! രസമല്ലേ ?
സാഹിത്യം ! രസമല്ലേ?
സുന്ദരികൾ ! രസമല്ലേ ?
സുന്ദരൻമാരും രസമല്ലേ ?

കണ്ണുകൾ കാണാൻ രസമല്ലേ ?
കരളിൽ പ്രണയം കുറുകുമ്പോൾ,
കണ്ണുകൾ കാണാൻ രസമല്ലേ ?
കരളിൽ വേദന കരളുമ്പോൾ
കണ്ടു നില്ക്കാൻ രസമല്ലേ ?

മാനും മയിലും രസമല്ലേ?
പുല്ലും പൂവും രസമല്ലേ?
മാനം കാണാൻ രസമല്ലേ ?
മാനം പോയാൽ രസമല്ലേ ?
ഉണ്ണാൻ പോലും രസമല്ലേ ?
രസമില്ലാതുണ്ണല്ലേ.
കൊല്ലാൻ പോലും രസമല്ലേ ?
കൊന്നാൽ തിന്നാൻ രസമല്ലേ ?

മരണം പോലും രസമല്ലേ ?
രസമറിയാ രസമല്ലേ ?
മരണവുമൊരുഗ്രൻ രാസമല്ലേ ??
രസമറിയാ രസമല്ലേ ???

...... മൃത്യുഞ്ജയം......

ഹാ! വിജിഗീഷു മൃത്യുവിന്നാകുമോ,
ജീവിതത്തിൻ കൊടിപ്പടം താഴ്ത്താൻ ?"
കവിതൻ തത്വം പഠിച്ചും പഠിപ്പിച്ചും, കവിത ചൊല്ലിയും,
കാലം പോകേ, കാഴ്ച മങ്ങവേ,
വിരമിച്ചു, സ്വസ്ഥം രമിപ്പു ഞാൻ.

രഥചക്രവേഗം കളഞ്ഞു കാലം,
ചന്ദ്രനിൽ പദമൂന്നിയും, ചൊവ്വയിൽ കൊടി നാട്ടിയും,
യന്ത്രക്കയ്യാൽ ശനിയിൽ മണ്ണു വാരിയും,
കോശക്കൃഷിയാൽ, ക്ലോണിംഗിനാൽ,
ഇണചേരാതെ, ഇണകൾ ചേരാതെ, ടെസ്റ്റ് ട്യൂബിൽ ജീവൻ പിറക്കവേ,
അന്തകവിത്തുകൾ നൂറുമേനി കൊയ്യവേ...
മർത്ത്യനാകുമോ മൃത്യുവിൻ കൊടിപ്പടം താഴ്ത്താൻ ?
ആകിലോ അതത്രേ മൃത്യുവിൻ പരാജയം, മർത്ത്യന്റെയും.
മൃത്യുവില്ലാതെ മർത്യനാകുമോ ജീവിതം ജയിക്കുവാൻ ???

എന്നാലുമതിലോലമിന്നു ഞാൻ നേർന്നേൻ,
ദേവിതൻ തിരുനടയിലൊരു മൃത്യുഞ്ജയം,
അത്യുഗ്രമൊരു മൃത്യുഞ്ജയ ഹോമം, എനിയ്ക്കായ്....

കവിയുടെ കാല്പാടുകൾ.

ദേവി = ജീവിതം.

.....തിരശ്ശീല.....

കുട്ടിക്കാലം മുതലുള്ള മോഹാണ്....
ഗവേഷണം നടത്തണം,
പി. എച്ച്. ഡി. എടുക്കണം,
ഡോക്ടറാകണം, ഡോക്ടർ. അശോക്,
അറിയാനുള്ള ആഗ്രഹം കൊണ്ടല്ല,
എം. ബി. ബി. എസ് ? വേണ്ട,
ഒത്തിരി പഠിക്കണം, വരയ്ക്കണം,
കീറണം, മുറിക്കണം, തയ്ക്കണം,
ചോര കണ്ടാൽ തലചുറ്റലും, വേണ്ട.
ഗവേഷണം മതി.

പി. ജി. കഴിഞ്ഞു.
രജിസ്ട്രേഷൻ കിട്ടി.
ഗൈഡ് കിടിലൻ... യൂണിവേഴ്സിറ്റി പ്രോ. വി. സി.
ഗവേഷണം നടന്നില്ലെങ്കിലും പി. എച്ച് .ഡി ഷുവർ.
ഗവേഷിക്കാൻ ഇനി വിഷയം വേണം.
യൂണിവേഴ്സിറ്റി ലിസ്റ്റ് ചെക്ക് ചെയ്തു,
നോ ഇന്ററസ്റ്റിംഗ് ടോപ്പിക്,
നെറ്റിൽ സേർച്ച് ചെയ്തു, കിട്ടിയില്ല.
ഓൾ സബ്ജക്ട്സ് റിസർച്ച്ട്.
നോ എത്തും പിടിയും.
ചുണ്ടുകൾ വരണ്ടു, കണ്ണിൽ ഡാർക്ക്നെസ് കേറി.
ഗൈഡിന്റെ റൂമിൽ നിന്നു പുറത്തേയ്ക്ക്,

ഇളം കാറ്റിൽ ഡോറിലെ കർട്ടൻ,
അല്ല തിരശ്ശീല മുഖത്തുരഞ്ഞു.
"ഹായ് ഇവനെ ഗവേഷിച്ചാലോ..
തിരശ്ശീല, നൈസ് ടോപ്പിക്.. ".
ഗൈഡിനും ബോധിച്ചു,
ഫിക്സഡ്, റിസേർച്ച് കമൻസ്ഡ്.

ഷേക്സ്പിയറിന്റെ ഗ്ലോബ് തിയേറ്റർ മുതൽ,
ഇങ്ങു നാട്ടുവഴിയിലെ നാടകമുറിവരെ,
വീട്ടിൽ, കിടപ്പുമുറിയിൽ, ദമ്പതികൾക്കിടയിൽ,
ഓഫീസിൽ, ബസിൽ, ട്രെയിനിൽ,
അരങ്ങുകളിൽ, ആളുകൾക്കിടയിൽ,
എവിടെയും തിരശ്ശീലകൾ,അതെ തിരശ്ശീലകൾ,
പല സൈസുകളിൽ, പല കളറുകളിൽ,
യെസ്, യെസ്, അതു തന്നേ, കർട്ടൻ, അയൺ കർട്ടൻ.

"ഒരു വ്യാഴവട്ടമായി, നെക്സ്റ്റ് വ്യാഴത്തിനു മുൻപ് തിസീസ് സബ്മിറ്റ് ചെയ്യണം, ലാസ്റ്റ് വാണിംഗ്... "
ഗൈഡ് പറഞ്ഞു, എഗ്രീഡ്.
സബ്മിറ്റഡ്...

റിസേർച്ച് ഗ്രേറ്റ്,
തിസീസ് ഔട് സ്റ്റാൻഡിംഗ്.
"തിരശ്ശീല മഹാസംഭവം, സോ ഗ്രേറ്റ്,
പലേർക്കും ഒരു പഴയ പഴന്തുണി.
ഗവേഷണം ചെയ്യപ്പെട്ടവ പിന്നിലെ കാഴ്ച,
ഗവേഷണം ചെയ്യപ്പെടാത്തവ മുന്നിലെ മായയും,
ഇതുമാതിരി വേർതിരിക്കുന്ന വർണ്ണത്തുണി ,

തിരശ്ശീലയ്ക്ക് മുന്നിലുള്ളത് ഇതേവരെ നോ റിസേർച്ച് ,
വ്യാസ പ്രതിഭയ്ക്ക് പോലും ചില എത്തിനോക്കലുകൾ മാത്രം.
കുരുക്ഷേത്രവും കബന്ധങ്ങളും, ഗീത പോലും,
തിരശ്ശീലയ്ക്ക് പിന്നിലായിരുന്നല്ലോ ?"
അബോധമനസ്സിലെ പൊട്ടക്കിണറിന്റെ മൂടി പോലെ,
തിരശ്ശീല, കർട്ടൻ, യവനിക, കാലയവനിക,
ഇനിയുമിനിയും ഉഗ്രൻ ഗവേഷണ വിഷയം.

പി. എച്ച. ഡി. കിട്ടി.
ഡോക്ടർ അശോക്,
ഡോ. അശോക്.
ടോ അശോക്.

..... നഷ്ടം......

നീണ്ട യാത്രയ്ക്കിടെ,
എനിക്ക് എന്നെ നഷ്ടപ്പെട്ടു,
എന്നോ നഷ്ടപ്പെട്ടു,
    എവിടെയോ നഷ്ടപ്പെട്ടു.

തിരിഞ്ഞു നോക്കി, കണ്ടില്ല,
    തെരഞ്ഞും നോക്കി, മുന്നിലും പിന്നിലും,
    മുകളിലും താഴെയും, അകത്തും പുറത്തും,
    പകലിലും രാവിലും, കറുപ്പിലും, വെളുപ്പിലും.
കിട്ടിയില്ല.

എന്നെ തിരികെ കിട്ടാതെ,
ഞാൻ എങ്ങനെ ?

പോലീസിൽ പരാതിപ്പെട്ടു.
    "മാൻ മിസ്സിംഗ് ", ലുക്ക് ഔട്ട് നോട്ടീസ്",
    നോ, നോ റിസൾട്ട്,

ഹൈക്കോർട്ടിൽ " ഹേബിയസ് കോർപ്പസ്" ഫയൽ ചെയ്തു.
    പോലീസ് എന്റെ " കോർപ്പസ് " പ്രൊഡ്യൂസ് ചെയ്തു.
    യേസ്, മൈ കോർപ്പസ് !

എന്നെ തിരികെ കിട്ടാതെ,
ഞാൻ എങ്ങനെ ?
എന്റെ നഷ്ടം, എന്റെ മാത്രം !.

..... കവിത......

അതെ, കവിത,
അവൾക്കൊരു പ്രത്യേകതയുണ്ട്.

സുന്ദരി ?
ങ ു ുു ു ഹും,
സുമുഖി ?
ങ ു ുു ു ഹും....
മിടുക്കി ?
ങ ു ുു ു ഹും....
നടത്തയിൽ ?
ങ ു ുു ു ഹും.. ..
നോട്ടത്തിൽ ?
ങ ു ുു ു ഹും...

പിന്നെ ???
മനസ്സിൽ തോന്നുമ്പോൾ കുറിച്ചിടണം,
അല്ലെങ്കിൽ ???
അല്ലെങ്കിൽ അവൾ മാഞ്ഞു പോകും
മാനത്തെ മുകിൽ പോലെ.
അവൾ കവിത !!!

....പ്രണയ ബിന്ദു....

ബിന്ദുവെ പ്രണയിച്ച ഞാൻ,
ബിന്ദുവെന്നെയും.
പിറന്നതൊരു ബിന്ദുവിൽ,
പിന്നെ, വളർന്നതൊരു ബിന്ദുവിൽ.
തളർന്നതൊരു ബിന്ദുവിൽ,
തകർന്നതുമൊരു ബിന്ദുവിൽ.

ബിന്ദുക്കളെ പ്രണയിച്ച ഞാൻ,
ബിന്ദുക്കളെന്നെയും.

ബിന്ദുക്കളോരോന്നുമോരോരോ ബിന്ദുക്കളായ്
പ്രണയിച്ചുമെന്നെ പുണർന്നും,
പിന്നെയങ്ങോ മറഞ്ഞും.

അപാരതയിലകന്നുപോം രേഖകൾ,
നാണത്താൽ ജ്വലിക്കും രശ്മികൾ,
കണ്ടിതില്ല ഞാനൊരിക്കല്യ, മവരെ, യെവിടെയും,
കാത്തതില്ല ഞാനൊരിക്കലും....

ബിന്ദുക്കൾ, ബിന്ദുക്കൾ,
ഒന്നല്ലൊരായിരം ബിന്ദുക്കൾ...
ബിന്ദുവിൽ നിന്നും ബിന്ദുവിലോട്ടോടുന്ന പെൻഡുലം,
ആ ബിന്ദുവിൽ നിന്നീ ബിന്ദുവിലേയ്ക്കെന്തു ദൂരം ???

തടം തല്ലിയാർക്കുമാ ബിന്ദുവെൻ മോഹിതം,
തിരകൾ തഴുകുമീ ബിന്ദുവെൻ സാഗരം,
കുങ്കുമ സന്ധ്യയിൽ തുടുക്കുമീ ബിന്ദുവെൻ ചക്രവാളം,
തളം കെട്ടി നിൽക്കുമീ ബിന്ദുവെൻ ജീവിതം....
അവളുടെ മാറിലൊരു മാത്ര, ഒരു മാത്ര ചാഞ്ഞു മയങ്ങി ഞാൻ,
ഒരു കുളിർ നിശ്വാസമായ്...ഇവളെന്നന്ത്യ ബിന്ദു,
ഇവളെനിയ്ക്കമൃതബിന്ദു.

ബിന്ദുക്കളെ പ്രണയിച്ച ഞാൻ,
ബിന്ദുക്കളെന്നെയും........ !!!

(All, but POINTS of TIME)

...നഗ്നത,
അഥവാ
ഏതോ ഒരു നാട്ടിലെ കഥ.....

അന്ന്, അദ്ദേഹം രാജാവായിരുന്നു ;
ഞാനോ ബാലനും.
അന്ന്, അതെ അന്ന്, അദ്ദേഹം നഗ്നനായിരുന്നു.
ഞാനോ നിഷ്ക്കളങ്കനും....
രാജാവ് നഗ്നനാണെന്ന സത്യം
രാജഭക്തർ നടുങ്ങുമാറുച്ചത്തിൽ,
വിളിച്ചു പറഞ്ഞുപോയ് ഞാനും,
രാജന് ബോധിച്ചു, നാട്ടാർക്കും...

പിന്നെയെന്നോ ഒരു പാതിരാത്രിയിൽ,
സ്വാതന്ത്ര്യ സൂര്യനുദിച്ചെന്നാരോ പുലമ്പി...
മയൂര സിംഹാസനം മണ്ണടിഞ്ഞെന്നും,
പിന്നെ, ഒരു കനക സിംഹാസനമുയർന്നെന്നും...ഒക്കെ...
ഒന്നല്ലൊരായിരം സിംഹാസനങ്ങൾ,
ഒക്കെയും മോഹനം, മോഹിതം, വിസ്മയം....

കുബുദ്ധികൾ, കുടിലബുദ്ധികൾ കിരീടമണിയുന്നു,
അന്തഃപുരങ്ങളിൽ, രാജസദസ്സുകളിലവർ
പരസ്പരമുടുവസ്ത്രമുരിയുന്നു,നിർലജ്ജം,
മുഴുത്ത നഗ്നത ആഘോഷമാക്കുന്നു,
അപരന്റെ നഗ്നത വിളിച്ചുകൂവുന്നു, പിന്നെ,
മുഖംമൂടികൾ ധരിച്ചു നഗ്നരായ് തുള്ളിയാടുന്നു..
നാണമില്ലാത്തോർ, ഇവർ മാനമില്ലാത്തോർ,

ഇതു പ്രജാധിപത്യം ? പൊതുജനം കഴുതകൾ.
പുലർന്നതൊരു പുലരിയല്ലെന്നറിയവേ,
ഉഷ്ണപ്പുണ്ണുറ പൊട്ടിയൊഴുകും കൊട്ടും നഗ്നത
ഭൂഷണമാക്കിയോർ,
അവരുറഞ്ഞുതുള്ളുമൊരു നാൽക്കവലയിൽ,
കണ്ണു പൊത്തി മിഴിച്ചുനോക്കി നില്ക്കുന്നു
നഗ്നമാമെൻ ബാല്യവും......

.....ഒരു മഴക്കാലസന്ധ്യയിൽ........

തെളിഞ്ഞ മാനവും തെളിഞ്ഞ മനവും,
സ്ഫടികതുല്യമെങ്കിലും,
മാനം കറുക്കുമ്പോളെൻ മനം കലങ്ങുന്നതില്ലൊട്ടുമേ,
അത്രമേൽ ഹൃദ്യം അമൃതവർഷിണീ രാഗം,
സുന്ദരമാരിതൻ, അനാദി ജീവതാളം,
ഓരോ പുൽക്കൊടി തുമ്പിലും നാമ്പിടും ജീവരാഗം.
പുതു മഴയിൽ കുതിരും മണ്ണിൻ മണമാ, സ്നിഗ്ധ ഗന്ധം,
മന്നിലേതു പൂവിനുണ്ടേതു, പ്രണയത്തിനു-
ണ്ടേതു രതിയിലുണ്ട പോൽ.

പിന്നെയാ കുതിർന്ന മൺതരി,നുണയുമൊരു
കരിനാഗ നാവായണയുന്നെൻ വന്യ മോഹവും.
ഉന്മാദം, ഉന്മത്തമാ ഗന്ധമെൻ സിരകളിൽ പടരവേ,
മഴക്കാല മേഘങ്ങളൊന്നാകെയെൻ തനുവിലും മനുവിലും
പെയ്തിറങ്ങുന്നു, അജ്ഞാതം, അവർണ്ണനീയാനുഭൂതിതൻ
ഉന്മത്ത പുളകസാഗരത്തിന്നാഴങ്ങിലേയ്ക്കാണ്ടു പോകുന്നു-
ഞാനീ ഘനശ്യാമമേഘങ്ങൾ താണ്ഡവനൃത്തമാടുമ്പോൾ
ഓരോ മഴക്കാലവുമെനിയ്ക്കു പുതുജിവന്റെയമൃതപ്രളയകാലം.

....വിഫലമീ യാത്ര...

മയിരാണ ജീവിതം,
ഒരു മാതിരി, മയിരാണ ജീവിതം".

പിതൃ ഭാണ്ഡത്തിൽ നിന്നു കുതിച്ചു ചാടിയും,
മാതൃ ഗർഭത്തിൽ നീന്തിയും,
മണ്ണിൻ മാറിൽ കരഞ്ഞു പിറന്നും,
അമ്മതൻ മാറിൽ അമ്മിഞ്ഞ മധുരം നുകർന്നും,
മന്ദസ്മിതത്താൽ മലർന്നു നോക്കിയും,
കമിഴ്ന്നു നീന്തിയും, നാലു കാലിലിഴഞ്ഞും,
വീണും വീഴാതെയും, പിച്ചവെച്ചും,
അക്ഷരവെളിച്ചം നുകർന്നും,
മാനം നോക്കി നടന്നും, മാനം മുട്ടെ വളർന്നും,
മാനം കെട്ടും, മനം പിരട്ടിയും,
പോരടിച്ചും പോർവിളിച്ചും,
വെട്ടിപ്പിടിച്ചും കെട്ടിപ്പിടിച്ചും,
പിന്നെ തോറ്റു തുന്നംപാടിയും,
മരണമൊഴികെ,യെല്ലാമടക്കി വാഴുമ്പൊഴു-
മീ കീടജന്മം കിടയറ്റതെന്നാരൊക്കെയോ വാഴ്ത്തുമ്പൊഴും,
ട്രാജഡി, കോമഡി വ്യാഖ്യാന ഭേദങ്ങൾ
നേർത്തു, നേർത്തില്ലാതെയാകുമ്പൊഴും,
അന്ത്യത്തിലീ മഹായാനം വാനപ്രസ്ഥമെത്തുമ്പൊഴും,
മനമെന്നും പുലമ്പിയതിത്ര മാത്രം,

"മയിരാണ ജീവിതം,
ഒരു മാതിരി മയിരാണ ജീവിതം".
തിമിരം മൂത്ത കണ്ണിനാൽ ഇരുളിൽ തണൽ തേടിയലയുമ്പൊഴും,
നിത്യേന നാം ചെയ്യുമോരോ കർമ്മവും
"വൻമലയിൽ നീളമേറിയ മുടിനാരു കെട്ടി
വലിച്ചടുപ്പിക്കുവാൻ വെമ്പും വ്യർത്ഥ പ്രയത്നമത്രേ,
വന്നാൽ മല, പോയാൽ മയിരെ" ന്ന സത്യം,
പണ്ടെങ്ങോ പകർന്ന ഗുരുനാഥനെ
പാടേ നമിച്ചും, മനസ്സാ സ്തുതിച്ചും.

കാലദേശങ്ങൾ തെറ്റി പിറന്ന ഹാംലെറ്റു ഞാൻ,
കുഴിയാന തൻ ജീനുമായി പിറന്ന ഹാംലെറ്റു ഞാൻ.
വേണം, വേണം എന്നു വലങ്കാലും,
വേണ്ടാ, വേണ്ടാ-യെന്നിടം കാലും,
മന്ത്രകാലുകൾ മത്സരിച്ചു കടഞ്ഞപ്പൊഴും,
തത്വശാസ്ത്രങ്ങൾ ആയിരത്തൊന്നാവർത്തി
കടഞ്ഞു, പിന്നെ കാച്ചിക്കുറുക്കി ഞാൻ,
സർവ്വ ശാസ്ത്ര സംഗ്രഹം, "മയിര്" എന്ന വാക്കുമാത്രം,
കിട്ടിയില്ല മറ്റൊന്നുമേ, അന്തിമാമഭയ മന്ത്രം.

മദ്യമരന്ദം പുതു സ്വർഗ്ഗങ്ങൾ തീർക്കുമ്പൊഴും,
മദഭരം, മദനകേളികൾ മദിച്ചു നീന്തുമ്പൊഴും,
മുടിചൂടി മന്നനായ് വാഴുമ്പൊഴും,
മുടിചൂടാ മന്നനായ് വിലസുമ്പൊഴും,
മുടിപോയ് മണ്ടനായ് തെണ്ടുമ്പൊഴും,
കണ്ടതൊക്കെയും പൊയ്മുഖങ്ങൾ,
കണ്ടതില്ലൊരിക്കലുമെൻ മുഖം ഞാൻ,
"എനിക്കതെന്നും പൊൻമുഖം,
എനിക്കതെന്നുമൊരു പൊൻമുഖം".

മുന്നിലൂടാദ്യമായ് ബ്രൂട്ടസ്സെത്തുമ്പൊഴും,
ഗൂഢസ്മിതം നെയ്ത പുഷ്പചക്രമെൻ മാറിൽ ചാർത്തുമ്പൊഴും,
മരിച്ചെങ്കിലും മരവിക്കാൻ തുടങ്ങാതിരുന്നൊരെൻ ചുണ്ടുകൾ,
അന്ത്യമായ് മുരളുന്നതുമിത്ര മാത്രം,

"മയിരാണ ജീവിതം,

ഒരു മാതിരി മയിരാണു ജീവിതം".

കണ്ണുകൾ കത്തുന്നതിൻ മുൻപീ ചിതയിലെ,
കനൽവെളിച്ചത്തിലാദ്യമായ്, അന്ത്യമായും,
എൻ മുഖം കണ്ടു ഞാൻ,
"പൊൻമുഖമല്ലാ..
അതും പൊയ്മുഖമായിരുന്നൂൂ... "
കത്തിയമരുന്നതിൻ മുൻപെന്റെ കണ്ണുകൾ,
അന്ത്യമായ് കണ്ടതുമിത്ര മാത്രം,

"മയിരാണു ജീവിതം,
ഒരു മാതിരി മയിരായിരുന്നൂൂൂ..ജീവിതം.."

കവിയുടെ കല്പടവുകൾ :-

"മയിര്" എന്നത് ഒരു തമിഴ് വാക്ക്. " മുടി " എന്നർത്ഥം. പക്ഷേ, തെക്കൻ കേരളത്തിൽ, വിശിഷ്യാ തിരുവനന്തപുരം ജില്ലയിൽ സാധാരണക്കാരും അല്ലാത്തവരും ദേഷ്യം വരുമ്പോഴും അതിയായ സ്നേഹം വരുമ്പോഴും പ്രായ വ്യത്യാസമെന്യേ നിത്യേന ഉപയോഗിക്കുന്ന പ്രിയ പദം. എത്ര സ്ഫോടനാത്മകമായ പ്രശ്നത്തെയും "ഓ. മയിര്.." എന്ന ഒറ്റ വാക്കിനാൽ ഭസ്മമാക്കുവാൻ സാധാരണ മനുഷ്യന് കെല്പു നല്കുന്ന തത്വശാസ്ത്ര സംഗ്രഹം.